சிங்கமும் சுண்டெலியும்
ஈசொப்ஸ் கற்பனைக்கதை

The Lion and the Mouse
an Aesop's Fable

Jan Ormerod

Tamil translation by Siva Pillai

பல காலத்திற்கு முன் சிங்கம் ஒன்று தூங்கிக் கொண்டு இருந்தது. அப்போது சுண்டெலி ஒன்று அதன் வால், முது, தலை மீது ஓடித்திரிந்தது ...

... இதனால் சிங்கம் விழித்து எழுந்தது.

Far away and long ago, as a lion lay asleep, a little mouse ran up his tail. He ran onto his back and up his mane and onto his head ...

... so that the lion woke up.

சிங்கம் தனது கூரிய நகங்களால் சுண்டெலியைப் பிடித்தது. "என் தூக்கத்தைக் கலைக்க உனக்கு என்ன துணிவு! நான் மிருகங்களுக்கு ராஜா என்பது உனக்குத் தெரியாதா? என்னால் உன்னை உண்ணவும் முடியும்!" என கோபத்துடன் சிங்கம் கர்ஜித்தது.

The lion grabbed the mouse and, holding him in his large claws, roared in anger: "How dare you wake me up! Don't you know that I am the King of the Beasts? And I shall eat you!"

தன்னை விடுமாறு சுண்டெலி சிங்கத்திடம் இரந்து கேட்டது. "மதிப்பிற்குரிய ராஜாவே தயவுசெய்து என்னை உண்ணாதீர்கள், என்னைப் போக விடுங்கள், நான் என்றும் உங்கள் நண்பனாக இருப்பேன் உறுதி அளிக்கிறேன்," என சுண்டெலி கூறியது. "யாருக்குத் தெரியும் ஒரு சமயம் நான் உங்கள் உயிரைக் கூடக் காப்பாற்றவும் முடியும்," என்றும் சுண்டெலி கூறியது.

The mouse begged the lion to let him go. "Please don't eat me Your Majesty! Please let me go - and I promise I will be your friend forever. Who knows, one day I might even save your life."

சுண்டெலியை ஏளனத்துடன் பார்த்து சிங்கம் பலத்த சத்தத்துடன் சிரித்தது. "நீயா என் உயிரைக் காப்பாற்றுவது? என்ன முட்டாள் தனமான எண்ணம் உனக்கு," என்று சிங்கம் கூறியது. "நீ என்னைச் சிரிக்க வைத்ததால் உன்னைத் தப்பிப் போக விடுகிறேன்," என்றும் சிங்கம் கூறியது.

சிங்கம் தனது கால் நகங்களில் இருந்து சுண்டெலியைத் தப்பிப் போக விட்டது.

The lion looked at the tiny mouse and burst out laughing. "*You* save *my* life? What a silly idea! But you have made me laugh and put me into a good mood. So I shall let you go."

And the lion opened his claws and set the mouse free.

சில நாட்கள் கழிந்த பின்பு சிங்கம் வேட்டைக்காரன் ஒருவன் போட்டு இருந்த வலையில் சிக்கிக் கொண்டது.
தனது பலம் அத்தனையும் பயன் படுத்தியும் அதனால் வலையில் இருந்து தப்பி வெளி வர முடியவில்லை.
பூமி அதிரும் வகையில் சிங்கம் கர்ஜித்தது.

It was only a few days later that the lion was trapped by a hunter's net.
Even with all his size and strength he could not break free.
He let out a roar of rage that shook the earth.

சிங்கம் கர்ஜித்தது. எல்லா
மிருகங்களுக்கும் அது கேட்டது.

All the animals heard his cry…

எந்த ஒரு மிருகமும் சிங்கம் கர்ஜித்ததைக் கவனிக்கவில்லை. ஆனால் முன்பு சிங்கத்திடம் இருந்து தப்பிய சுண்டெலி மட்டும் சிங்கம் கர்ஜித்த திசையை நோக்கி ஓடியது.

"அரசே, நான் உங்களுக்கு உதவுவேன்," என சுண்டெலி கூறியது. "என்னை நீங்கள் உண்ணாது தப்பிப் போக விட்டிருந்தீர்கள், நான் தற்போது உங்கள் நண்பன். இப்போ நான் உங்கள் உயிரைக் காப்பாற்றும் நண்பன்," என்றும் சுண்டெலி கூறியது.

but only the tiny mouse ran in the direction of the lion's roar.
"I will help you, Your Majesty," said the mouse. "You let me go and did not eat me. So now I am your friend and helper for life."

சிங்கம் சிக்கி இருந்த வலையை சுண்டெலி தனது கூறிய பற்களால் உடனே வெட்டத் தொடங்கியது.

He immediately began gnawing at the ropes that bound the lion.

அச்சிறிய சுண்டெலி சூரியன் மறையும் வரை தனது பற்களால் வலையை வெட்டியது. இரவு முழுவதும் இருந்த சந்திர வெளிச்சத்திலும் நட்சத்திரத்தின் பிரகாசத்திலும் சுண்டெலி வலையை வெட்டியது. கடைசியில் சூரியன் உதிப்பதற்கு சிறிது முன்னதாக மிருகங்களின் ராஜா வலையில் இருந்து தப்பி வெளியே வந்தது.

The tiny mouse nibbled until the sun went down.
He gnawed as the moon and stars appeared in the sky.
Finally, just before the sun rose again,
the King of the Beasts was free at last.

"மதிப்பிற்கு உரிய ராஜாவே நான் உதவுவேன் என்று முன்பு கூறியதில் பிழை எதும் இல்லையே?" என்று சுண்டெலி கூறியது.

"இச்சந்தர்ப்பத்தில் நான் உங்களுக்கு உதவ வேண்டியவன் ஆவேன்," என்றும் சுண்டெலி கூறியது.

இந்த சமயத்தில் சிங்கம் குட்டி சுண்டெலியைப் பார்த்துச் சிரிக்கவில்லை.

"நீ என்னை ஆபத்தில் இருந்து விடுவிப்பாய் என நான் நம்பி இருக்கவில்லை. எனது உயிரை நீ காப்பாற்றி விட்டாய்," என்று சிங்கம் கூறியது.

"Was I not right, Your Majesty?" said the little mouse.
"It was my turn to help you."
The lion did not laugh at the little mouse now,
but said, "I did not believe that you could be
of use to me, little mouse, but today
you saved my life."

Teacher's Notes

The Lion and the Mouse

Read the story. Explain that we can write our own fable by changing the characters.

Discuss the different animals you could use, for instance would a dog rescue a cat? What kind of situation could they be in that a dog might rescue a cat?

Write an example together as a class, then, give the children the opportunity to write their own fable. Children who need support could be provided with a writing frame.

As a whole class play a clapping, rhythm game on various words in the text working out how many syllables they have.

Get the children to imagine that they are the lion. They are so happy that the mouse rescued them that they want to have a party to say thank you. Who would they invite? What kind of food might they serve? Get the children to draw the different foods or if they are older to plan their own menu.

The Hare's Revenge

Many countries have versions of this story including India, Tibet and Sri Lanka. Look at a map and show the children the countries.

Look at the pictures with the children and compare the countries that the lions live in – one is an arid desert area and the other is the lush green countryside of Malaysia.

Children can write their own fables by changing the setting of this story. Think about what kinds of animals you would find in a different setting. For example, how about 'The Hedgehog's Revenge', starring a hedgehog and a fox, living near a farm.

The hare thinks the lion is a bully and that he always gets others to do things for him. Discuss with the children different ways that the lion could be stopped from bullying. The children could role play different ways of dealing with the bullying lion.

முயலின் பழிவாங்கல்
மலேசிய நாட்டுக் கற்பனைக் கதை

The Hare's Revenge
A Malaysian Fable

முயலும் சிங்கமும் அயலவர்களாக இருந்தார்கள்.

"நான் தான் காட்டு ராஜா, பலசாலி, திறமை மிக்கவன், என்னுடன் யாரும் போட்டியிட முடியாது," என்று கூறி சிங்கம் பெருமிதம் அடைந்து கொண்டு இருந்தது.

"ஆம் அரசே," என்று பயந்த குரலில் முயல் பதில் அளித்தது. முயலின் காது அடைத்து அது கவலைப்படும் வரை சிங்கம் கர்ஜிக்கும்.

A hare and a lion were neighbours.

"I am the King of the Woods," the lion would boast. "I am strong and brave and no one can challenge me."

"Yes Your Majesty," the hare would reply in a small, frightened voice. Then the lion would roar until the hare's ears hurt, and he would rage until the hare felt very unhappy.

"இனிமேலும் என்னால் பொறுமையாக இருக்க முடியாது. சிங்கம் எனக்கு தொல்லை தரும் முட்டாள். நான் இதற்குப் பழிக்குப்பழி வாங்க வேண்டும்," என்று முயல் எண்ணியது.

"வணக்கம் ராஜா! இன்று உங்களைப் போன்று உள்ள ஒரு சிங்கத்தைக் கண்டேன்," என அந்தப் முயல் சிங்கத்திற்குக் கூறியது. "என்னைப் போலவா? நான் தான் இந்தக் காட்டிற்கு ராஜா. வேறு யாரும் ராஜாவாக இருக்க விடவே மாட்டேன்," என்று சிங்கம் கூறியது.

Finally, the hare thought, "I can stand it no longer. That lion is a bully and a fool and I must get my revenge." So, she went to the lion and said, "Good day, Your Majesty. I've met a lion who looks exactly like you. This lion said HE was the king of these woods and that he would see off anyone who challenged him."

"ஓ அப்படியா! நீ என்னைப் பற்றி அதற்குக் கூறவில்லையா?" என்று சிங்கம் கூறியது.

"ஆம், நான் கூறியிருந்தேன்," என முயல் பதில் அளித்தது. "நான் ஏதாவது கூறாது இருந்திருந்தால் நன்றாக இருந்திருக்கும். ஆனால் நீங்கள் எவ்வளவு பலசாலி, திறமை கொண்டவர் என்று எல்லாம் நான் கூறியபோது அது அலட்சியமாகக் கேட்டுக் கொண்டு இருந்தது," என்று முயல் கூறியது. அத்தோடு "உங்களைப் பற்றி மிகக் குறைவாகக் கூறியது. தனது வேலைக்காரனாகத் தன்னும் தான் உங்களை ஏற்கமாட்டேன்!" என்றும் அச்சிங்கம் கூறியது என முயல் கூறியது.

"Oho," the lion said. "Didn't you mention *me* to him?"
"Yes, I did," the hare replied. "But it would have been better if I hadn't. When I described how strong you were, he just sneered. And he said some very rude things. He even said that he wouldn't take *you* for his servant!"

கோபத்தால் சிங்கம் பயங்கரமாக மாறியது. "எங்கே அந்தச் சிங்கம். எங்கே அந்தச் சிங்கம்," என அது கர்ஜித்தது. " நான் அச்சிங்கத்தைக் கண்டால் இந்தக் காட்டுக்கு ராஜா யார் என்பதைக் காண்பிப்பேன்," என்றும் சிங்கம் கர்ஜித்தது. "காட்டு ராஜா, நீங்கள் விரும்பினால் அச்சிங்கம் ஒளித்து இருக்கும் இடத்திற்கு நான் உங்களை அழைத்துச் செல்வேன்," என்று முயல் கூறியது.

The lion flew into a rage. "Where is he? Where is he? If I could find that lion,"
he roared, "I would soon teach him who is King of these Woods."
"If Your Majesty would like," answered the hare, "I could take you to his hiding place."

முயல் காட்டு ராஜாவை சிங்கம் ஒளித்திருக்கும் இடத்திற்கு அழைத்துச் சென்றது. ஆழமான கிணறுப் பக்கமாக முயல் காட்டு ராஜாவை அழைத்துச் சென்று "இதன் அடியில் சிங்கம் மறைந்து இருக்கிறது," என முயல் கூறியது.

So the hare took the lion to a deep well and said, "He is down there."

கோபத்துடன் காட்டு ராஜா கிணற்றை எட்டிப்பார்த்தது.
அதற்குள் ஒரு சிங்கம் கோபத்துடன் தன்னைப் பார்ப்பது போலக்
கண்டது.
காட்டு ராஜா பலத்த சத்தத்துடன் கர்ஜித்தது. கிணற்றில்
எதிரோலித்த சத்தம் மீண்டும் காட்டு ராஜாவின் காதில் விழுந்தது.

The lion glared angrily into the well.
There, was a huge ferocious lion, glaring back at him.
The lion roared, and an even louder roar echoed up
from within the well.

அச்சத்தம் தனது எதிர் ஒலி என காட்டு ராஜாவிற்குத் தெரியாது. ஆத்திரம் அடைந்த காட்டு ராஜா சிங்கம் அதைக் கொல்லக் கிணற்றுள் பாய்ந்தது. கிணற்றில் தெரிந்த நிழல் தனது கோப உருவம் தான் என்பதும் காட்டு ராஜாவிற்குத் தெரியாது போய்விட்டது.

Filled with rage the lion sprang into the air and flung himself at the ferocious lion in the well.

கிணற்றில் விழுந்த காட்டு ராஜா மேலே வர முடியாது மூழ்கி மறைந்தது.

Down and
        down and
                down he fell
                        never to be seen again.

சிங்கத்தை கிணற்றில் விழச்செய்து முயல் பழிவாங்கியது.

And that was how the hare had her revenge.